உக்கிரக் கவுச்சி

இந்துமதி

மேற்குத் தொடர்ச்சி மலையடிவாரமான தென்காசி மாவட்டத்தில், குற்றாலச் சாரலடிக்கும் இலஞ்சி அருகேயுள்ள அய்யாபுரம் எனும் குக்கிராமமொன்றில் பிறந்தவர். நாட்டார் வழக்காற்றியலில் முதுகலைப் பட்டம் முடித்திருக்கும் இவரின், முதல் கவிதை தொகுப்பு இது.

indhu2283@gmail.com
9566884716

உக்கிரக் கவுச்சி
(Ukkirak kavuchi)
கவிதைகள்
(Poems)
ஆசிரியர் : இந்துமதி
(Indhumadhi)
©*Poet*
முதல் பதிப்பு : டிசம்பர் – 2024
(December - 2024)

Published by:
KOMBU Publications
No.11, Public Office Road,
Nagapattinam - 611001
Mobile No: 9952326742
kombupublications@gmail.com

Printed at: Ramani Print Solution
Cover Designed by: Manivannan

Pages: 42
Price: Rs.60

All rights, including professional, amateur, motion pictures, recitation, public reading, broadcasting and the rights of translation into foreign languages are strictly reserved. No part of this book may be reproduced in whole or in part or utilized in any form or by any means electronic or mechanical, including photocopying, recording or by any information storage and retrieval system now known or hereafter invented, without the prior written permission of the author/publisher.

உக்கிரக் கவுச்சி

[கவிதைகள்]

இந்துமதி

ஜாம்பு
வெளியீடு

நன்றி...

'உருப்பட்டுவிடுவேன்' என்று சாகும் வரையிலும்
என்மீது நம்பிக்கொண்டிருந்த தாத்தாவுக்கும்

வாழ்வின் மீதான பெருநம்பிக்கையூட்டும் வெய்யில்
அண்ணனுக்கும்.

*பீடித்தட்டிலேயே மாண்டு கிடக்கும்
தாய்மார்களுக்கு...*

வழியெல்லாம் பசியும் விரக்தியுமாய்
திணறத் திணற எளப்பமாய் விரட்டியடிக்கப்பட்ட
ஆங்காரப் பித்தை, சுமந்து அலையத் திரணியில்லாமல்
உங்கள் மீது பாய்ச்சுகிறேன்..!

பொழுதனைக்கும்
அனலெழுந்து
மூத்திரப்பதமாய் வெக்கை தணிய
தணிய குருதிப் பருகும்
இந்தக் கொடுங்காட்டில்
சிறிதும்
அரவமில்லாது
தன் கைகளைப் பிளிறி
உடல் பிளந்து
குருதி பீய்ச்ச
ஒற்றைக்
கையூன்றி ஊனள்ளி
அவள் புரியும் பேயாட்டம்
எங்களுக்கான கொண்டாட்டக் காலம்...

படப்புச் சோத்துக்கு
படையலிட
கொழுத்தப் பன்றியை நெஞ்சிக்கூறாய் கீறும்போது
பீய்ச்சியடிக்கும்
குருதியோடு
துடிதுடிக்க
ஆங்காரப் பல்லோடு
ஆனந்தக் கூச்சலிடும்
வெக்காளியை
இராப்பூசையில்
சுடுகாட்டுப் பொணந்தின்னு
வெக்கை தணிய தணிய
கணியான் கைவெட்ட
தெறிக்கும் இரத்தத்தை
மூஞ்சில் அப்பியடித்து
வெறி கொண்டாடும்
சுடலையை
எல்லையில் வீறுகொண்டு பிள்ளையைச்
சுமந்து நிற்கும்
அகங்கொண்ட இசக்கியை
குளத்துக்கரையில் பிளிறி
பல் சீற நிற்கும் பேய்ச்சியை
நீங்கள் எப்படி செதுக்குகிறீர்கள்
சிரித்துக்கொண்டு...
வெட்ட வெளியில் பீடத்தில் நின்னு
சுருட்டடிப்பவர்களுக்கெதற்கு
கோயிலும் கோபுரக் கலசமும்...

ஊன் பசியுற்றவர்களுக்கு
சுண்டல் போடும்
உங்களின் அத்தனை
ஆகமங்களையும்
பசியோடுதான்
பார்த்துக்கொண்டிருக்கிறார்கள்
எங்கள்
அம்மைகள்...
குலவையிட்டு
வருவதற்குள் வந்த வழியில் ஓடப்பாருங்கள்.

கட்டந்தரையாட்டம்
மாரெல்லாம்
ஒரே வெடிப்பு...
பிசுக்க பிசுக்க
பீய்ச்சியடிக்கும்
இரத்தத்தைப் பிடிச்சி
சங்குல புகட்டி
செத்துப் போறா அம்மை
உடம்பெல்லாம்
பட்டினி இரத்தம்
என்னைக்குத்
தீர
காட்டேரிப் பசி...

அந்த
புரட்டாசிக் கொடையில்தான்
பீடத்தில்
ஆங்காரத்தோடு
வீற்றிருந்த
உச்சினியை
உக்கிரத்தோடு
எனக்குள் உறு ஏற்றியிருந்தேன்...
ரெண்டு கொங்கைகளும்
புடைத்துத்
துள்ள
காலிடுக்குகள்
விரிய
தலை பிய்த்து
ஊர்க்காடு அதிரதிர
சலங்கை கட்டி
வில்லு மேடையில்
ஏறி
வெறியூட்டும்
என் அதிகாரத்திற்கு புரட்டாசியே
வர வேண்டும்.

உச்சி வெயில்ல
சோளக்கதுர செமந்து
வந்த அம்மைக்கிட்ட
நாய தூது வுட்ட
வைரவப்பிள்ளை
சாமப்பூசையில
எள்ளுருண்டையை
ஊட்டச் சொல்லி
நாக்க நீட்டி நீட்டி
ஊஞ்சலில் ஒய்யாரமா
அப்பனை அலங்காமிச்சிட்டே
ஆடுனானாம்...
அவன் கனிக்கு
பொறந்த பிள்ளைங்கிறதால
அம்மைக்கும் நான்
வைரப்பிள்ளைத்தான்.

*ப*ங்குனி உத்திரத்துக்கு
மலையாளங்காட்டு
மலைக்கோயிலுக்கு
போவும்போதெல்லாம்
அந்த அடவியாத்து
சுனையில் சிவப்பு
சேலையையும் பிச்சியையும்
தூக்கி எறியிற ஆச்சி
திரும்பியே பார்க்காமல்
நடந்தே ஊர் வந்து சேர்கிறாள்...
நாயூளையிடுகின்ற
கொடுமிரவில்
பசியோடு
தாயாறு பாடி
ஓலமிடுகின்ற
தாயொருத்தியின்
சத்தங்கேட்டு முழித்து பார்க்கும்போது,
முற்றத்தில் அமர்ந்து
சிவப்பு பாவடைச் சட்டையில் படர்ந்திருந்த
நாயுருவியை
பிடுங்கிக்கொண்டிருப்பவளுக்கு
இன்னுமே எங்கள்மீது
கருணையிருக்கிறது

கொறவலையைக் கவ்வும்
பனம்பழத்தை
ஆசையாசையாய்
தின்னக் கொடுத்து செரிந்திருந்த அம்மை
கொஞ்சநஞ்சமாய்கூட
இரத்தப் பலி எடுக்க
வக்கில்லாமல்
புறவாசக் கோடியில் ஈக்கள் மேய
கிடத்தியிருக்கிறாள் அக்காவை...
வந்த சனத்துக்காக
மூசு மூசுன்னு மூக்கைச் சீந்தியவள்
படப்பிலிருந்த
புரோட்டவை யாருக்கும் தெரியாமல்
அக்காவுக்காக மடியில்
பொதுஞ்சி வைத்துக்கொண்டாள்...

ஊருரா கருப்பட்டியைத்
தலைச்சுமக்கும் அம்மை
சலுக்காரு சைக்கிளுக்காவத்தான்
பதினொன்னாப்புச் சேத்துவுட்டா
வாங்கிட்டு வந்த சைக்கிளை
எனக்குத்தான் வேணுன்னு
ஆளாளுக்கு
எசலிக்கிட்டிருக்கயில
சைக்கிளை வித்து
குடிச்சிட்டு வந்த அப்பா
ஏத்தாயி ஒஞ்சைக்கிளு ரெண்டு பிராந்திக்கு
ஆவலியேன்னு
நொம்பலம்பாடிக்கிட்டு
மல்லாக்க கிடக்காரு...
அசதிக்காவ குடிச்சதா
ஊர் முழுக்க ஆவலாதி சொல்லிட்டு
திரியிறா அம்மை...

பள்ளியடமென்றாலே
உச்சாணிக் கொம்பில்
ஏறிக்கொள்கிற
அக்காவுக்கு
கிளைகளிருந்த மருதக்கிளிகள்தான்
பேச்சுத்துணைக்கிருந்தன..
சிறகு முளைச்ச ஒவ்வொன்னும் பறந்துபோகும்போது
அவளை
திரும்பிக்கூட பார்க்கேயில்லை
மிச்சமிருந்த கிளிகளை
தக்கவைக்க
தக்காளி ஊட்டிக்கொண்டிருக்கிறாள்...
கீழிறங்க ஏறிட்டவளுக்கு
அந்தக் பட்சிகளைப்போல சிறகு வேண்டுமாம்
வேசடையில்
சிரிக்கிறாள் அம்மை.

அம்மைக்கு
விடியக்காலச் சொப்பனத்துல
மளமளன்னு எரிஞ்சிச்சாம் வைக்கப்படப்பு
எந்திரிக்கையிலே என் பாவடையத் தூக்கிப் பாத்தவளுக்கு
ஒரே ஏமாத்தந்தான்…
எஞ்சேக்காளிப் புள்ள சடங்காயிட்டானு
அக்கா வந்துச்சொல்லயில
தூமையப் பாக்க போயிருந்தா அம்ம
தூமச் சீலையில
தூமயக் குடிச்சிக்கிட்டே
படுத்துகிடந்தானாம் கள்ளப்பருந்து
குடியைக் கெடுக்க வந்த
தூமைக்குடிக்கி
கெடுத்துட்டே போயிட்டான்…

இதுவரைக்கும்
ரயில் ரோட்டுலயும்
கால்வாக்குள்ளேயுமே
நடந்து
பள்ளியடம்
போன எங்களுக்காவ
வழியாப் போவும்
எந்த பஸ்ஸூம் இரங்கல
உச்சிக் கொட்டி
நின்னு ஏத்திப்போன
பஸ்ஸூக்களும் கூட்டம் தாங்காம
ஒவ்வொருத்தரையும்
டயருக்குள்ள
இரத்தக் காவு வாங்கிட்டு இருந்தீச்சு
வீறெடுத்து
நாங்க கேட்டது
எங்கூருக்கொரு பஸ்
இன்னும் எங்கூரைத்தான
தேடிக்கிட்டிருக்கு இந்த
அரசாங்கம்....

நம்பியாத்துல
குளிச்சிட்டுருந்த எனக்கு
வயிறு கொமட்டி
சட்டியெல்லாம் ஒரே ரத்தம்...
புழுக்கு புழுக்குன்னு
சட்டில விழுத கட்டியை
தண்ணிக்குள்ளே கரைக்கேன்
தூமை விடாம துறத்துது
பறிப்போனது பால்யம்
இன்னும் விடுதா பாரு
அந்த தூமை..

ஊரெல்லையில்
கொடும் பசியோடு
காத்திருந்த அப்பன் சுடலையாண்டி
நிதமும் கனவில் வந்துகொண்டிருந்தான்.
எதாவது குறைவச்சிட்டோமோ என்று,
கிடாய் வெட்ட நினைச்சேனா
வில்லு வைக்க நேந்தனான்னு
குழம்பியபடியே
இருந்த இடத்திலேயே
'வேலை கிடைச்சதும்
உனக்கு செய்ய வேண்டியதை
செய்யுறேன்னு'
தரையில் விழுந்து
வேண்டிக்கொண்டேன்.
விடாது மறுபடியும்
வந்த சுடலையின் கண்ணில்
என்னைப்போலவே அப்பியிருந்தது பசி
உனக்கு படப்புச் சோறு
படைக்கிறதுக்காவது
'வழியைக் கொடு'ன்னு
சுடலையிடம் சொல்ல
நினைக்கையில்,
இருவரும் சத்தமிட்டு ஆங்காரமாய் சிரித்தோம்.

இருட்டடைஞ்ச சாமத்துல
குளக்கரைக்கு
ஆய் இருக்க போகும்போதெல்லாம்
நிலா வெளிச்சத்துக்கே பயந்து
ஒளிஞ்சி உட்காருற அக்கா
முள்ளுக்காட்டுக்குள்ள
தொடையை தடவுனவனோட புடுக்கை
மொத்தமா ஆய்ஞ்சி
ஆட்டுக் கொழையோட கட்டி
அசராம வீடு கொண்டாந்திட்டாள்...
ஆளில்லா நேரம்பார்த்து
அம்மணமாய்
பீரோ கண்ணாடி
முன் நின்னு
தன் உறுப்பிண்டத்தை
தொட்டு ரசித்துக்கொண்டிருந்தவள்
துள்ளுவதாய்த் தெரிந்த அந்த
புடுக்கை எச்சி நிறைய
துப்பிவிட்டு அகங்கார
ஏப்பமிட்டாளாம்...

எங்கம்மன்னா
எல்லாருக்கும் எளப்பந்தான்
எந்தப் பிள்ளைளுவன்னு பாக்காம
சோறுபொங்கி வாயிலே ஊட்டுவா
தூக்கிவச்சி முத்தங்கொஞ்சுவா
மூக்குச்சீந்திவுடுவா
கடன்கேட்டு ஆளுவ வந்தாலும்
அப்பனை கைக்காட்டாம
கடங்காரன் கெட்ட வாயில ஏசுனாலுமே
கேக்காத மாதிரி நின்னுக்குவா
அந்த கேனச் சிறுக்கி...
ஒரு கணக்கு வழக்கும் தெரியாது
கொடுத்த துட்டையும்
நியாவத்துல வச்சிக்க தெரியாது
பத்துவரு கூட பொறந்தவன்னு
ஊர் முழுக்க பீத்திக்கிட்டாலும்
எங்கம்மன்னா எல்லாத்துக்கும்
எளப்பந்தான்...

உங்கம்மையை மாறி
நீயும் இருந்திராதன்னு ஊரே சொல்லயில
எங்கம்மையை மாறித்தான் இருப்பேன்னு
சொல்லமுடியாதளவுக்கு
எனக்கும் எளப்பமாய் தெரிஞ்சா
எங்கம்மை...
அன்னைக்கொருதரம்
எங்கய்யாவ செவுல்ல அடிக்கிற வரைக்கும்...

ஓடமரக் கூட்டுக்குள்ள
எக்கி எக்கி அம்மையைத் தேடி
அதுக்குள்ளே கிடைக்கு எங்கூட்டுக் கோழி
பால்குடி மறவாத
பிள்ளையைப்போல
காலுக்குள்ளே கிடக்கும்
வெள்ளாட்டுக்கு
ரெண்டு நாளு
ஒரே வயத்தொலைச்சல்
குறி கேக்கபோன எங்கப்பனை
பிடிச்சான் ஊய்க்காட்டு மாடன்
கிடாவயும் சேவக்கறியும்
படைக்கச் சொல்லி
வாசலே நிக்காளம் எங்கம்மை
வேட்டைக்கு போன மாடன்
சுட்டெறிச்ச எங்கம்மைதான்
வேணும்னு தேடி அலைஞ்சானம்
தாயோலி உம்பசி
இன்னும் அடங்கலியான்னு
வெஞ்சனத்துல
வெறிபிடிச்சி நிக்கா அம்மை...

கருப்பினுட்டு,
பத்துச் சவரம் கூட கேட்டிக
எங்கம்மைக்கு...
பரிசு வாங்குன
போட்டாவுலகூட நிக்க வுடாம
துரத்துனீங்க எங்காக்காவை...
அட ஒரு
கருப்புச் சட்டையை போடவுட்டீகளா
என்னைய
என்னைக்கும் எங்கள விடாத
கருப்ப, யாருக்காவ விடனும் நாங்க..?

இரயில் ரோட்டு
புளியமரத்துக் கொப்பில்
அம்மணக் குண்டியோடு
நாக்கு தொங்க
நாண்டுக்கிட்டு
நின்ன பேச்சியக்காவை
பனையோலையைப்
போட்டு மூடியிருந்தார்கள்...
கடாப்பெட்டிக்குள்
ஒளிந்து கிடக்கும்
கோழியைப்போல
பம்மிக்கிடந்த பேச்சியக்கா
இராத்திரியில்
அந்தப் பனங்காட்டுக்குள் மட்டும்
இரத்தம் தெறிக்க தெறிக்க
ஆதாளி போடுவாளாம்...
அடக்கம் செய்ய
அவளைத் தூக்கிட்டுப்போகையில்
வழியெல்லாம்
சொட்டுச் சொட்டாய்

வழிஞ்ச குருதியை
பனம் பட்டையில்
பிடித்ததற்காய்
என்னவோ
போகும்போதெல்லாம் ஊன்சோறு
படைச்சி பசி போக்குகிறாள் அந்த யட்சி...

வெளங்காட்டிற்குள்
குடிபோன மாசத்திலே
அறுதலியாகிப்போன
அக்காளை
திங்க அலையுது
ஊர்க்காடு
பனையருவாளால்
கதிரறுக்கப் போவும்
அக்காளுக்கு பக்கத்தில்
உலக்கையை துணைக்குப் போட்டு
உறங்குகிறாள் அம்மை
சாமத்தில் பனங்காட்டுக்குள்
ஒதுங்கிறவளுக்கு
ஊர்க்காட்டுக் குறியெல்லாம்
நரம்பறுந்து
தொங்கிக்கொண்டிக்கிறது
ஆலமர விழுதாய்.
ஏகச்சத்தமிட்டு
ஆடுகாலியாய்
ஆடுகிறவளை விடுங்கள்
அவ ஆசதீர ஆடட்டும்...

கைநாட்டான எங்கம்மைக்கு
ரேகை விழாததால
நிதமும் கையெழுத்துப் போடனுங்கதுக்காவத்தான்
எழுதிப் பழவுனா...
உழைச்ச துட்ட
வட்டிக்கே கழிச்சிட்டு வந்தவளுக்கு
தான் பேர்ல பேங்க்ல புக் இருக்கு
அதுலயும் துட்டு கிடக்குனு
தனியாவே துட்டை எடுத்துக்குறா...
ஊருக்குள்ளயே கதிரறுத்துட்டு
திரிஞ்சவ பஸ்ல ஏறி
எல்லா ஊருக்கும் போக
துணிஞ்சிருக்கா
சாமி சாமியின்னு நேரங்காலமில்லாம
ஆண்டான்களுக்கு
உழச்சிக் கொட்டியவள்
தான் உழைப்பை புரிஞ்ச நாளிலிருந்து எங்கம்மைக்கு
குளத்து வேலைதான் போடுது சோறு...

படிச்சிட்டுருந்த அக்காளை
பாதில நிறுத்தி
பீடித் தட்டில உக்கார வச்ச அம்மைக்கு
அவ வயசுப் பிள்ளைகளெல்லாம்
பள்ளியடம் விட்டு வரயிலே
வூட்டுக்குள்ள ஒளிஞ்சிக்கிற
அக்காவ பாக்கயில
வேசடையா இருக்கும்
அக்கா தட்டுல உட்காருர வரைக்கும்
சுத்திக்கொண்டிருக்கும்
பீடி பொதும்ப
மூங்குறிஞ்சி சிணிங்கி
கொண்டிருப்பாள்

ராவைக்கு ஊர்க்கூடி
பொம்பளைளுவ
தெருவிளக்குல பீடிச்சுத்திட்டுருக்கையில
இளையராஜா பாட்டும்
கைத்தட்டி சிரிக்க
சத்தமும் கூத்தும் கும்மாளாமுமா
ஊர்முழுக்க கேக்கும்
கொஞ்ச நேரத்துல
இடுப்புலயும் மாருலையும்
பேட்டரி லைட்டு
கொஞ்சஞ்சமா
மேலற
வைக்கப்படப்புக்குள்ள
ஒதுங்கி கொழுசு வளவி சத்தத்தோட
கொஞ்சஞ்சமா
அந்தச் சிணுங்கள்
அடங்கும்
அதுக்கப்புறந்தான் தொடங்கும் கதை....

நாளுப்பூரா
பீடித்தட்டுலே மாரடிச்ச
அம்மைக்கு
கட்டிக்கிட வெந்தயக்
கலரு சீலையொன்னு தான் இருக்குன்னு
நாளுநாளைக்கொருதரந்தான்
குளிப்பாளாம்
உடுமாத்துக்கில்லாம
ஈரத் துணியிலே
வெயில் காய்றவளுக்கு
பொசம் முழுக்க
அழுக்கிருந்தாலும்
நேரங்காலமில்லா
உழைச்சா
வெறும்
வயித்துப் பசிக்காவ!

பீடித்தட்டுலே
சுருண்டு கிடக்கிற அம்மைக்கு
வூட்டுக்குள்ள ஒருக்கட்டுப்
பீடிக்கு
அல்லோலப்படுத
அப்பன கண்டாலே
கும்பியெரியத்தான் செய்யும்
துண்டுப் பீடிக்கூட குடுக்க மாட்டா
சுடலைப் பீடத்துல இருந்த சுருட்ட
தூக்கிட்டு வந்து
கோடிக்குள்ள குத்தவச்சி
அம்மையை பாத்து
சிரிச்சிட்டே இழுப்பான் அப்பன்
பீடித்தட்டுல வேகுற அம்மைக்கு
தீக்குளிக்கிறதென்ன புதுசா?

அக்காளின்
பொடைச்ச
மாரைக்கெட்ட தெரணியற்று
பீடித்தட்டுலே சுணங்கவுட்டுட்டா
அம்மை
தெருவிள்க்கு இரவில்
எல்லோரும் சொல்கிற
கதைக்கு
பாவடைக்கு
கீழே கைவிட்டு சிணுங்கி தாளமடித்து
திருப்திப்பட்டுக் கொள்கிற
அக்கா
என்னைக்குத் துணிவாளோ அவகதையச்
சொல்ல.

பீடித்தட்டிலே பெத்துப்
போட்ட அம்மை
சூல் கொடி அறுக்காமல்
பூசணிமரத்திலையில் மரத்தூளிட்டு
தட்டுக்குள்ளே
என்னையும் சுற்றவைத்தாள்
காம்புகின்ற பீடித்தூளை
செரிக்கப்
பழகியிருந்தற்கு பின்
சீதனமாய்
விடாது வந்த
பீடிச்சுற்றை
எரிச்சல் பட்டு ஒதறினேன்
இப்போதும்
விடாது வீசுது
பீடி வாசனை.